ગાય

મિહિર જાગૃતિ વોરા

Made with ❤ on the Notion Press Platform
www.notionpress.com

આ પુસ્તક હું મારા માતા પિતા , મોટા ભાઈ ભાભી અને નાની પ્રિય ભત્રીજી ને અર્પણ કરું છું .

સામગ્રી

પ્રસ્તાવના

આ પુસ્તક માં મારા આજકાલ દૈનિક માં આવેલા મારી કોલમ એક નઝર ના લેખ છે.૨૦૦૫ થી ૨૦૧૮ સુધી મારા લેખ આ કોલમ માં આવ્યા હતા.

સ્વીકૃતિઓ

આ પુસ્તક માં મારા આજકાલ દૈનિક માં આવેલા મારી કોલમ એક નઝર ના લેખ છે આ માટે હું આજકાલ દૈનિક ના મેનેજમેન્ટ , તંત્રી , ટ્રસ્ટી અને તમામ પત્રકાર અને સ્ટાફ નો આભાર માનું છું .૨૦૦૫ થી ૨૦૧૮ સુધી મારા લેખ આ કોલમ માં આવ્યા હતા.

આ પુસ્તક માટે મેં વિવિધ લેખ આધારિત માહિતી વિકિપીડિયાગુગલ ફોટો ,લેખ ને લાગતા આવેલા વિવિધ અખબારી અહેવાલ અને જે તે લેખક ના લેખ ના સંદર્ભો નો સહારો લીધો છે તે સૌ નો હું આભાર માનું છું .

અનુક્રમણિકા

1

ગાય

મિત્રો આ પુસ્તક માં મેં ઈન્ટરનેટ અને વિકિપીડિયા અને વિવિધ અખબારી અહેવાલ માંથી વાસ્તુ શાસ્ત્ર વિષય ઉપર માત્ર માહિતી આપી છે .

આમાં એક પણ શબ્દ મારો નથી જેની નોંધ લેજો , આ માહિતી સાચી છે કે ખોટી તેની તપાસ કરજો અને પછીજ સ્વીકારજો .

આ તો માત્ર ઈન્ટરનેટ દુનિયામાંથી સીધી લીધેલી માહિતી છે જે સાચી કે ખોટી છે તેનું કોઈ પણ જાતનું સમર્થન આ પુસ્તક કે લેખક કરતા નથી જેની નોંધ લેજો.

ગાય ગુગલ ફોટો

પુરાણોમાં ગાયની ઉત્પત્તિની અનેક કથા જોવા મળે છે. જેમાંથી એક કથા પ્રમાણે, જયારે બ્રહ્માજી એકમુખથી અમૃતપાન કરતા હતાં ત્યારે બીજા મુખમાંથી કેટલાંક અમૃતના ટીપા બહાર આવ્યા હતાં.

આ ટીપા વડે સુરભી ગાયની ઉત્પત્તિ થઈ હોવાનું મનાય છે, એક બીજા મત પ્રમાણે ગાયની ઉત્પત્તિ સમુદ્રમંથન દરમિયાન ચૌદ રત્ન સાથે થઇ હોવાનું મનાય છે.

અન્ય મત મુજબ સુરભી વડે કપિલા ગાયની ઉત્પત્તિ થઈ હતી જેના દૂધ વડે ક્ષીરસાગરનું પ્રગટ થયું હતું. ભગવાન રામના પૂર્વજ મહારાજા દિલીપ નંદિની ગાયની પૂજા કરતાં હતાં.

શ્રીરામ ભગવાને વન પ્રસ્થાન પૂર્વ બ્રાહ્મણોને ગાય દાનમાં આપી હતી.ગાયનું દાન સંપૂર્ણ દોષ નાશક છે.

હિન્દૂ ધર્મ પ્રમાણે ગાયમાં 33 કોટી દેવી-દેવતા નિવાસ કરે છે. એટલે કે, 33 પ્રકારના દેવતા નિવાસ કરે છે, જેમા 12 આદિત્ય + 8 વસુ + 11 રૂદ્ર + 2 અશ્વિનીનો સમાવેશ થાય છે.

એક માન્યતા પ્રમાણે, ગાયમાં કુલ 33 કરોડ દેવી-દેવતા નિવાસ કરે છે.

ભગવાન શિવના પ્રિય પાન એવું બીલીપત્રની ઉત્પત્તિ ગાયના ગોબરમાંથી થઈ હતી.

ઋગ્વેદમાં ગાયને અધ્નયા કહેવામાં આવે છે. યજુર્વેદમાં અનુપમય કહેવામાં આવે છે. અર્થવેદમાં સંપતિઓનું નિવાસ કહેવામાં આવે છે.

ગરુડ પુરાણ અનુસાર વૈતરણી પાર કરવા માટે ગાયના પૂજન અને દાનનો મહિમા વર્ણવેલ છે. શ્રાદ્ધ કર્મમાં ગાયનાં દૂધ વડે પિતૃ પૂજનથી પિતૃ તૃપ્ત થાય છે અને સદ્દગતી પામે છે.

સ્કંદ પુરાણ અનુસાર ગાય સર્વ-દેવમયી છે. જયારે અન્ય પુરાણ માન્યતા અનુસાર ગાય સાક્ષાત વિષ્ણુ સ્વરૂપ છે.

ભગવાન શ્રીકૃષ્ણનું જીવન અને જ્ઞાન ગાયના સંગતમાંજ થયેલ છે.

ભગવાન રામના પૂર્વજ મહારાજા દિલીપ નંદિની ગાયની પૂજા કરતાં હતાં.

આજથી લગભગ ૧000 વર્ષ પહેલાં ગુરૂ વશિષ્ઠ દ્વારા ગાયના કુળના વૃદ્ધિ હેતુ પ્રયોગ કરેલો તેવું માનવામાં આવે છે. તે વખતે 8 થી 10 ગાયની જાત હતી.

જેમાં મુખ્યત્વે કામધેનુ, કપિલા, દેવની, નંદિની, ભૌમા વગેરેનો સમાવેશ થાય છે. ગાયનું દૂધ, મૂત્ર, ગોબરને માનવ તેમના ધાર્મિક અને જીવન ઉપયોગી વસ્તુ તરીકે ઉપયોગમાં લે છે.

ગાયના પંચગવ્ય દૂધ, દહીં, ઘી, મૂત્ર અને ગોબર વિશિષ્ટ ધાર્મિક વિધિ-વિધાનમાં ઉપયોગી છે.

ભગવાન શ્રીકૃષ્ણ ગીતામાં કહે છે કે, હું ગાયો માં કામધેનુ રૂપ છું. શ્રીરામ ભગવાને વન પ્રસ્થાન પૂર્વ બ્રાહ્મણને ગાય દાનમાં આપી હતી.

ભગવાન બુદ્ધ ગાયના દૂધની ખીરપાનથી જ્ઞાન અને મુક્તિનો માર્ગ સુજ્યો હતો. બુદ્ધ ગાયને મનુષ્યની પરમમિત્ર પણ કહે છે. . ભગવાન મહાવીર પ્રમાણે ગૌ-રક્ષા વગર માનવરક્ષા અધૂરી છે.

કેટલાંક નક્ષત્ર પૂજનમાં શાંતિ હેતુ પૂજન થાય છે. કેટલાંક અશુભ યોગના નિવારણ હેતુ પૂજન થાય છે. ગાયનું દાન સંપૂર્ણ દોષ નાશક

છે. ગાયને રોટલી કે ઘાસ પોતાનાં હાથ વડે તેના મુખમાં આપવાથી પુણ્યબળ વધે છે.

તેને સ્પર્શ કરવાથી શુભત્વ વધે છે. પાપગ્રહ પીડા નિવારણ અર્થે ગાયને અન્ન આપવાથી અને પૂજા કરવાથી પીડા શાંત થાય છે. ગાયના શુકન ખુબ જ શુભ છે અને કાર્ય સિદ્ધિદાયક ગણાય છે.

ગૌચર જમીન ખૂબ શુકનવાળી ગણાય છે. . જે જમીન પર ગાય વિશ્રામ કરતી હોય, આરામ કરતી હોય તે જમીન પણ શાંતિવાળી હોય છે.

જે જમીનમાં શુભ બળ ઓછું જણાતું હોય, ત્યાં ગાયને લઈ જઇ પૂજા અને થોડાં દિવસ વસવાટ કરવામાં આવે તો જમીન શુદ્ધિ પણ થાય છે. ગાયના પગલાં જે જમીન પર વધુ પડતાં હોય તે જગ્યા સારી ગણાય છે.

ગાય ગુગલ ફોટો

ગાય ગુગલ ફોટો

હિંદુ ધર્મમાં સૌથી પવિત્ર પ્રાણી ગાયને ગણવામાં આવે છે. ગાયની પૂજા કરવી, તેને ઘાસ નાખવું ખુબ જ પવિત્ર માનવામાં આવે છે. શાસ્ત્રો પ્રમાણે જોઈએ તો ગાયની અંદર 33 કરોડ દેવતાઓનો વાસ રહેલો છે અને એટલે જ આપણે ગાયને માતા તરીકેનો દરજ્જો પણ આપ્યો છે.

આપણે ગાયને માતા કહીએ છીએ. સૃષ્ટિ પર રહેલા કરોડો પ્રાણીઓમાં ગાય જ એક એવું પ્રાણી છે જેને માતાનો દરજ્જો મળેલો છે. શાસ્ત્રો તરફ એક નજર કરીએ તો જયારે બ્રમ્હાજીએ સૃષ્ટિનું સર્જન કર્યું ત્યારે પૃથ્વી ઉપર સૌથી પહેલા ગાયને મોકલી હતી. જેના કારણે ગૌવંશથી ગાયને માતા તરીકેનો દરજ્જો મળેલો છે. જેમ એક માતા બાળકનો ઉછેર પોતાના દૂધથી કરે છે તેમ ગાયના દૂધ દ્વારા પણ સૌનો વિકાસ થાય છે. માતાના દૂધ પછી ગાયનું દૂધ જ સૌથી પવિત્ર માનવામાં આવે છે.

ગાય ગુગલ ફોટો

હજારો વર્ષો પાછળ વળીને જોઈશું તો પણ ગાયના દાનને શ્રેષ્ઠ દાન માનવામાં આવ્યું છે. ઘરમાં દીકરીના લગ્ન થાય ત્યારે દીકરીને ગાયનું દાન આપવામાં આવતું હોય છે. આજે સમાજ આધુનિકતા તરફ આગળ વધ્યો છે .

જેના કારણે સોના ચાંદીની ગાયના દાન આપવામાં આવે છે પરંતુ એક સમય એવો હતો જયારે સાચી ગાયનું જ દાન આપવામાં આવતું. તે સમયે ગાયના પાલન પોષણ માટેની પણ પૂરતી વ્યવસ્થા જોવા મળતી. બ્રાહ્મણને પણ ગાયનું દાન આપવું શુભ માનવામાં આવે છે.

ગાયની પૂજા કરવાના કારણે ઈચ્છીત ફળ પ્રાપ્ત થાય છે એવું માનવામાં આવે છે. જે ઘરમાં ગાય છે તે ઘરમાં સુખ સમૃદ્ધિ વ્યાપેલી રહે છે.

જે લોકો અભ્યાસ કરી રહ્યા છે તે લોકો ભણવાની સાથે સાથે ગાયની પણ પૂજા કરે તો તેમનો માનસિક વિકાસ ઝડપથી થઇ શકે છે. ગાયને ઘાસ ખવડાવવાથી ધન પ્રાપ્તિ પણ થાય છે. સંતાન પ્રાપ્તિ માટે પણ ગાયની પૂજા કરવી શુભ માનવામાં આવે છે.

ગાય ગુગલ ફોટો

આપણા ધર્મમાં અને ગ્રંથોમાં માનવામાં આવ્યું છે કે ગાયની અંદર 33 કરોડ દેવી દેવતાઓનો વાસ થયેલો છે ત્યારે ગાયના શિંગડાની આસપાસ બ્રમ્હા, વિષ્ણુ અને મહેશનો વાસ રહેલો છે.

ગાયને તિલક કરવાથી અને માથા ઉપર હાથ ફેરવવાથી એ દેવોના આશીર્વાદ આપણને મળતા હોય છે.

એવી માન્યતા છે કે ગાયની સેવા કરવા વાળા વ્યક્તિઓના બધા જ પાપ ગાય પોતાના શ્વાસ દ્વારા અંદર ખેંચી લે છે. ગાય જ્યાં બેસી જાય છે ત્યાં પોતાના શ્વાસોશ્વાસ દ્વારા આસપાસ રહેલી નકારત્મકતાને દૂર કરી અને હકારાત્મકતા ભરી દે છે.

ગાય ગુગલ ફોટો

આપણે સૌ જાણીએ જ છીએ કે ગૌમૂત્ર કેટલું પવિત્ર છે. વિવિધ ઔષધીઓમાં પણ તેનો ઉપયોગ કરવામાં આવે છે. તેમજ તેના છાણનો વિવિધ ધાર્મિક કાર્યોમાં પણ ઉપયોગ કરવામાં આવે છે.

ઘરમાં લીપણ તરીકે પણ ગાયના છાણનો ઉપયોગ થાય છે. તેમજ હવન માટે ખાસ ગાયના છાણના છાણાનો જ ઉપયોગ કરવામાં આવે છે.

જેનાથી ઘરમાં પવિત્રતાનો વાસ થાય છે અને ઘરમાં રહેલા કેટલાક જીવજંતુઓ પણ દૂર ચાલ્યા જાય છે.આ રીતે ગાય આપણા હિન્દૂ ધર્મમાં ઘણી જ પવિત્ર માનવામાં આવે છે. હજારો વર્ષો પૂર્વેથી ગાયની પૂજા થતી આવી છે

ભારત દેશ માં વિવિધ ઓલાદો ની ગાયો છે. ભારતમાં ગાય ની કુલ ૪૩ ઓલાદો છે.પહેલા ૪૨ ઓલાદો હતી પણ હમણાં નવી ગાય ની એક ઓલાદ આવી જેનું નામ કોકન કપિલા જે ગોવા અને મહરાષ્ટ્રની છે.

તેમાં વળી ગુજરાતની કુલ ૩ ઓલાદો છે.જે નીચે મુજબ છે.

- કાંકરેજ
- ગીર
- ડાંગી

કાંકરેજ

કાંકરેજ ગાય ગુગલ ફોટો

ઉપનામઃ વાગડીઆ, વાડીઆલ તળપદા, વાગડ,વઢીઆર,બની,ગુજરાત,બનીઆઈ,કાંકરેજી વગેરે.

વતન અને ઉછેર પ્રદેશઃ બનાસકાંઠા, પાટણ , મહેસાણા , અમદાવાદ , સાબરકાંઠા, ખેડા , વડોદરા, ભરૂચ અને સુરત સુધી આ પશુઓ જોવા મળે છે.

શારિરીક લક્ષણોઃ

કાંકરેજી ઓલાદનાં જાનવરો કદમાં મોટાં અને વજનમાં ભારે હોય છે.

આ ઓલાદનાં ઢોરનો રંગ સફેદ દૂધ જેવો કે સફેદ રાખોડીયો મુંજડો હોય છે.

તાજાં જન્મેલ વાછરડાંની મથરાવટી લાલ હોય છે. આ રંગ મોટેભાગે ચાર થી છ માસની વય સુધીમાં જતો રહે છે.

નર જાનવરોનો નાની વયનો સફેદ,મુંજડો રંગ પુખ્ત વયે બદલાઈ ઘેરો કાળો થઈ જાય છે.

આમ આ ઓલાદનાં જાનવરો તદ્રન સફેદથી માંડી તદ્રન કાળા રંગ સુધીનાં જોવા મળે છે.

પુંછડીની ચમરીનો રંગ કાળો હોય છે.

આ ઓલાદનાં ઢોરનું કપાળ એક વિશિષ્ટ પ્રકારનું પહોળું અને વચ્ચે રકાબી જેવું છીછરૂ કે અંર્તગોળ હોય છે.

મોકલી ટૂંકી,નાકનું ટેરવું સહેજ ઉંચુ,નાકની આજુબાજુ આછા સફેદ રંગનું કુંડાળુ આ બધાં આ ઓલાદનાં ઢોરનાં વિશિષ્ટ લક્ષણો છે.

આ ઢોરનાં શીંગડાં મોટાં,મજબુત અને બીજ ચંદ્રાકાર કે કુંડળ જેવાં ગોળ હોય છે. શીંગડાના મૂળમાં ચામડી ઉંચે સુધી જોવામાં આવે છે.

કાન મોટા, ખુલ્લા અને ઝુલતા હોય છે.

શરીરનું કાઠુ ભારે, પગ લાંબા, મજબુત અને સૂંદર આકારના છે. ખરીઓ નાની ગોળ અને મધયમ કઠિન છે.

ધાબળી પાતળી પણ લબડતી હોય છે. નર જાનવરોમાં ખૂંધ સુવિકસિત પણ પુખ્ત વયે એક બાજુ ઢળતી જોવામાં આવે છે. મુતરણું લબડતું હોય છે.

શરીરનું ચામડી મધ્યમ જાડી અને ઢીલી છે.

આ ઓલાદની ગાયોમાં આઉ સુડોળ અને આગળ સુધી વિકસેલ છે. આગલા આંચળ પાછલા આંચળ કરતાં મોટા હોય છે. આઉની ચામડી સુંવાળી અને ઝીણા અને સુંદર વાળ વાળી છે.

તાજા જન્મેલા વાછરડાનું સરેરાશ વજન નર અને માદામાં અનુંક્રમે ૨૪.૦ કિ.ગ્રા. અને ૨૨.૦ કિ.ગ્રા. હોય છે. પુખ્ત વયનાં જાનવરોનાં સરેરાશ વજન અને માપ નીચે મુજબ છે.

વજન કિ.ગ્રા.

સરેરાશ લંબાઈ સે.મી.

છાતીનો ઘેરાવો સે.મી.

ગાય

૪૧૦ થી ૫૦૦

૧૪૦

૧૭૭

સાંઢ

૫૪૦ થી ૭૩૦

૧૬૦

૨૦૦

ઉત્પાદકતા સબંધી લક્ષણોઃ

પ્રથમ વિયાણની ઉંમર ૪૫–૫૦ માસ ,

વેતરનું સરેરાશ દૂધ ઉત્પાદન ૧૫૦૦–૨૦૦૦ કિલોગ્રામ ,

દૂઝણા દિવસો ૨૭૫–૩૧૫ દિવસ અને

બે વિયાણ વચ્ચેનું અંતર ૧૫–૧૬ માસ

સામાજિક પ્રાશ્વભૂમિ અનુંસંધાન

આ વર્ગની ઓલાદના બળદ તેની સવાઈ ચાલ માટે પ્રખ્યાત છે.

રાજયની ભરવાડ અને રબારી જ્ઞાતિઓ દ્વારા આ વર્ગના પશુઓનું પાલન થાય છે. આ લોકો પશુ ઉછેર અને સંવર્ધનનું ઉંડું જ્ઞાન ધરાવે છે.અને ઓલાદને તેના મૂળ સ્વરૂપમાં જાળવી રાખે છે. તેઓ સંવર્ધન માટેના સાંઢની પસંદગીમાં ખૂબ જ કાળજી રાખે છે.

મોટાભાગના માલધારીઓ આ ધણને રાત્રિ દરમિયાન ઘરની નજીક કાંટાળા થોરની વાડ કરેલા વાડામાં રાખે છે. દિવસ દરમિયાન પશુઓને ચરિયાણ વિસ્તારમાં છુટા ચરાવવા લઈ જાય છે.

અછતના સમય માટે આ માલધારીઓ ઘાસચારો સંગ્રહ કરીને રાખે છે. ચોમાસા બાદ ચરિયાણની અછત થતા માલધારીઓ જાનવરોના ખોરાક પાણીની શોધમાં દક્ષિણ ગુજરાતમાં તાપી નદી સુધી જાય છે.

ધંધાકીય રીતે દૂધ ઉત્પાદન માટે સ્ટોલફીડીંગ માં આ પશુઓને કાપ્યા વગરનો સૂકો અને લીલોચારો આપવામાં આવે છે.

આ ઉપરાંત જુવાર, બાજરી, ગુવાર, ઘઉં, કપાસ, એરંડા અને બીજા કેટલાંક રોકડીયા પાકો તથા કઠોળ વર્ગના પાકોની આડ-પેદાશ પણ ખોરાકમાં આપવામાં આવે છે. અને ઘાસચારાના પાકો પણ થોડા પશુઓ માટે ઉગાડવામાં આવે છે.

સંવર્ધન કેન્દ્ર

રાજય સરકાર અને અન્ય સ્વૈચ્છિક સંસ્થાઓ દ્રારા આ ઓલાદનો જાળવણી તથા સુધારણા માટે પશુ સંશોધન સંવર્ધન કેન્દ્રો ચલાવવામાં આવે છે. જેની યાદી નીચે મુંજબ છે.

પશુ ઉછેર કેન્દ્ર,ભૂજ(કચ્છ)

પશુ ઉછેર કેન્દ્ર થરા(બનાસકાંઠા)

પશુ ઉછેર કેન્દ્ર માંડવી(સુરત)

નોર્થકોટ પશુ ઉછેર કેન્દ્ર છારોડી (અમદાવાદ–આણંદ ખાતે તબદીલ)

પશુ સંશોધન કેન્દ્ર, સ.દા.કૃ.યુ., સરદારકૃષિનગર

સાબરમતી આશ્રમ ગૌશાળા,બીડ્રજ(અમદાવાદ)

મહેસાણા જિલ્લા દૂધ ઉત્પાદક સંઘ ,દૂધ સાગર ડેરી–જગુદણ

ગીર

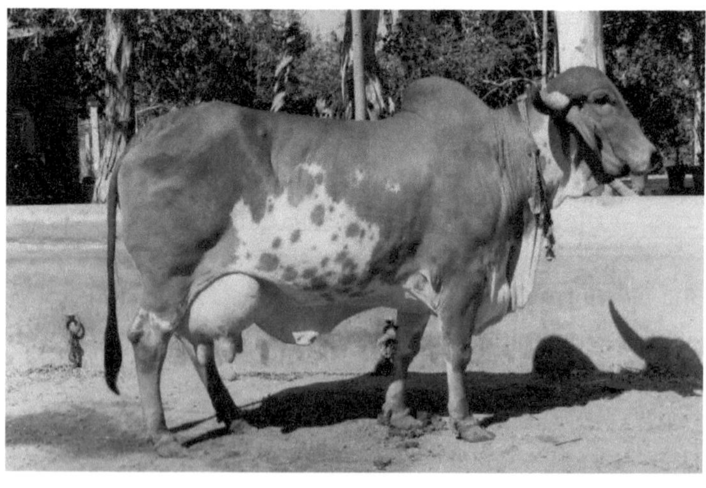

ગીરઃગાય ગુગલ ફોટો

ઉપનામઃ કાઠીઆવાડી,દેસાણ,ભોડાળી,સોરઠી

વતન અને ઉછેર પ્રદેશઃ

ગુજરાત રાજયમાં સૌરાષ્ટ્ર(કાઠીયાવાડ) દ્વીપકલ્પમાં દક્ષિણ બાજુએ આવેલું ગીરનું જંગલ અને તેની આજુબાજુનો ખડકાળ વિસ્તાર આ ઓલાદનું મૂળ વતન છે. પણ આ જાનવરો તેના શુદ્ધ સ્વરૂપમાં સમગ્ર સૌરાષ્ટ્રમાં અને ખાસ કરીને જામનગર,જુનાગઢ,રાજકોટ,ભાવનગર,સુરેન્દ્રનગર અને અમરેલી જિલ્લાઓમાં જોવા મળે છે.

આ ગાયો પશ્ચિમ ભારતનાં રાજસ્થાન,મહારાષ્ટ્ર,મધ્યપ્રદેશ અને મૈસુર રાજયોમાં ફેલાયેલી છે. અને દક્ષિણે ચેન્નાઈ સુધી આ ગાયો જોવામાં આવે છે.

શારિરીક લક્ષણોઃ

આ જાનવરો મોટાથી માંડી મધ્યમ કદનાં અને મજબુત,સુદ્રઢ અને હ્રષ્ટપુષ્ટ બાંધાનાં હોય છે.

આ ઓલાદનાં જાનવરોના રંગમાં વિવિધતા બહુ મોટા પ્રમાણમાં જોવામાં આવે છે.

તદ્રન ઘેરા રાતા રંગનાં અને કયાંક સફેદ ટપકાં કે નાનાં ધાબાં ધરાવતાં જાનવરો હાલમાં વધુ પસંદ કરવામાં આવે છે.

જોકે તદ્રન રાતા રંગનાં,ઘેરા અગર આછા રાતા રંગનાં અને આછા પીળા રંગનાં ધાબા વાળાં અગર સફેદ રંગનાં ધાબા વાળાં કે કાળા અને સફેદ રંગના ધાબા વાળા જાનવરો પણ જોવા મળે છે.

કાળાં ધાબાં ધરાવતાં સફેદ રંગનાં જાનવરો પણ આ ઓલાદમાં જોવા મળે છે.

મોટું ગોળ અને ઢાલના જેવું ઉપસેલું કપાળ એ આ ઓલાદની વિશિષ્ટતા છે.

આ જાનવરોનો ચહેરો મધ્યમ કદનો અને સાંકડો હોય છે.

આંખો મોટી અને બદામ આકારની હોય છે. પણ ભારે અને ઉપસેલા કપાળથી ઢંકાયેલી હોવાને કારણે ઝીણી અને અર્ધ મીંચેલી દેખાય છે.

આને કારણે આ જાનવરો સુસ્ત અને ઉંઘણસી જેવાં લાગે છે.

આ જાનવરોના કાન એમની ખાસિયત છે. કાન લાંબા લાંબા,પહોળા અને ખૂબ જ લબડતા હોય છે. કાનનો આકાર વડના વાળેલા પાન જેવો હોય છે. કાન મુળ આગળથી વિશિષ્ટ પ્રકારે વળાંકવાળા અને છેડે–અણી પર ખાંચાવાળા હોય છે.

શિંગડાં મથરાવટીની બાજુએથી ફૂટીને પ્રથમ સહેજ નીચે અને તયારબાદ પાછળ,બાજુએ અને ઉપરની બાજુએ સ્ક્રુની પેઠે વળેલા હોય છે. શિંગડાંની અણી પાછળ વળેલી હોય છે.

ખૂંધ,ગાયોમાં મધ્યમ કદની અને નર જાનવરોમાં મોટી અને એક બાજુ ઢળેલી હોય છે. ગોદડી–ધાબળી અને મૂતરણુ મોટાં અને ઝૂલતાં હોય છે.

પગ સુવિકસિત,મજબુત સ્નાયુવાળા,જાડા,ગોળ અને મજબુત ધુંટણવાળા અને ખરીઓ મધ્યમ કદની,કાળા રંગની,ગોળ,સુડોળ,મધ્યમ સખત હોય છે. પૂંઠનો ભાગ સહેજ વધુ ઢળતો હોય છે. ચામડી ઢીલી અને મુલાયમ હોય છે.

આઉ કદમાં મધ્યમ પણ મોકળાશવાળુ,સુડોળ,ચાર ભાગમાં સ્પષ્ટ વહેચાયેલુ અને પાછળનાં ભાગમાં ઉંચે સુધી પહોચતું હોય છે. તેમ છતાં આઉ કાંકરેજ જેવું સુડોળ ન હોતાં લબડતું કહી શકાય. સપાટી પર લોહીની શીરાઓની જાળ અને સુંદર ટૂંકા વાળ જોવામાં આવે છે.

આંચળ ૧૦ થી ૧૧ સે.મી. લાંબા,સપ્રમાણ જાડા અને પ્રમાણમાં એકબીજાથી વધુ નજીક આવેલા છે. દૂધ શીરા સ્પષ્ટ, શાખાઓ વાળી અને આગલા પગ નજીક શરીરમાં દાખલ થતી જોવામાં આવે છે.

ગીર ઓલાદમાં વાછરડા અને વાછરડી જન્મ વખતે અનુંક્રમે સરેરાશ ૨૬ અને ૨૪ કિ.ગ્રા. વજનનાં હોય છે.

પુખ્ત વયની ગાયનું વજન ૩૪૦ થી ૪૧૦ કિ.ગ્રા. અને નર જાનવરનું વજન ૫૦૦ થી ૫૪૦ કિ.ગ્રા. જેટલું હોય છે.

પુખ્ત વયની ગાયો અને સાંઢની સરેરાશ લંબાઈ અનુક્રમે ૧૩૯.૦ સે.મી. અને ૧૫૨.૭ સે.મી. અને ઉંચાઈ અનુક્રમે ૧૩૬ સે.મી. અને ૧૨૮ સે.મી. જેટલી હોય છે.

આર્થિક લક્ષણોઃ

પ્રથમ વિયાણની ઉંમર ૪૫–૫૦ માસ ,

વેતરનું સરેરાશ દૂધ ઉત્પાદન ૨૦૦૦–૨૧૦૦ કિલોગ્રામ ,

દૂઝણા દિવસો ૩૧૫–૩૪૦ દિવસ અને બે

વિયાણ વચ્ચેનું અંતર ૧૪–૧૫ માસ.

ગામડાઓમાં શુદ્ધ ગીર ઓલાદની ગાયો છે જે દૈનિક ૧૪ થી ૨૨ લીટર અને વેતરમાં ૩૦૦૦ થી ૬૦૦૦ લીટર દૂધ આપે છે.

સામાજિક પ્રશ્દાભૂમિઃ

આ ઓલાદની ગાયો ખાસ કરીને રબારી,ભરવાડ,આહીર અને મેર કોમ દ્વારા અર્ધઘનિષ્ટ કે ઘનિષ્ટ પધ્ધતિ દ્વારા રાખવામાં આવે છે.

રાજયમાં ગીર ગાયના આશરે ૨૦ આયોજનબધ્ધઆયોજિત ફાર્મ છે. આ પશુઓને ખેતરમાં પાક લીધા પછી ચરાવવામાં આવે છે.

રસ્તાઓની આજુબાજુ અને પડતર જમીનમાં ચરાવવામાં આવે છે. અત્યારની પરિસ્થિતીમાં વિવિધ સંગઠનો દ્વારા ગાયના મૂત્રનો વિવિધ રોગોના ઉપચારમાં ઉપયોગ થાય છે.

જયારે છાણનો અતિમૂલ્યવાન ખાતર એટલે કે "વર્મીકમ્પોસ્ટ"માં ઉપયોગ થાય છે. જે જમીનની ફળદ્રુપતા સુધારે છે.

સંવર્ધન કેન્દ્રોઃ

આ ઓલાદની જાળવણી અને સુધારા માટે વિવિધ રાજય સરકારો અને સ્વૈચ્છિક સંસ્થાઓ દ્વારા કાર્યરત વિવિધ સંવર્ધન કેન્દ્રો રાજયમાં નીચે મુજબ છે.

અક્ષરપુરૂષોતમ મંદિર ગૌશાળા,ગોંડલ,ગુજરાત

બાયફ–મગઝરી ફાર્મ,ઝંપ,સોનદ,ગુજરાત

ગુજરાત સરકાર ફાર્મ,ધોરાજી,ગુજરાત

જુનાગઢ એગ્રીકલ્ચરલ યુનિવર્સિટી, જુનાગઢ,ગુજરાત

લોકભારતી ગૌશાળા, સણોસરા,ગુજરાત

સાબરમતી આશ્રમ ગૌશાળા,બીડજ,ગુજરાત

બોચાસણવાસી શ્રી અક્ષરપુરૂષોતમ ગૌશાળા,સારંગપુર,બરવાળા(અમદાવાદ)

ડાંગી

ડાંગી ગાય ગુગલ ફોટો

ઉપનામઃ વોટી, કનડ,કોંકણી,કાનડદી

વતન અને ઉછેર પ્રદેશઃ અને ગુજરાત રાજયનો ડાંગ જિલ્લો આ ઓલાદનું વતન છે. ડાંગના જંગલવિસ્તાર પરથી આ ઓલાદનું નામ ડાંગી પડયું છે. પશ્ચિમઘાટના ભારે વરસાદવાળા પ્રદેશમાં આવેલ મહારાષ્ટ્ર રાજયના પૂર્વ જિલ્લાઓમાં જોવા મળે છે.

ગુજરાત રાજયમાં ડાંગ જિલ્લામાં ધરમપુર અને વાંસદા તાલુકામાં અને મહારાષ્ટ્ર રાજયમાં અહમદનગર,નાસિક,થાણા અને કોલાબા જિલ્લાઓમાં આ ઢોરનો ઉછેર થાય છે.

એવું મનાય છે કે આ ઓલાદની ઉત્પતિ આ ડુંગરાળ વિસ્તારનાં અસલ સ્થાનિક ઢોર અને પશ્ચિમ વિસ્તારનાં ગીર ઢોરના સંકરણથી થયેલ છે.

શારિરીક લક્ષણોઃ

મધ્યમ કદનાં આ ઢોર રંગે કાળાં અને કાબરાં હોય છે. માથુ સહેજ ઉપસેલા કપાળ વાળું પણ નાનુ છે. નીમ્બોરી(અં.પોલ) સ્પષ્ટ દેખાય છે.

ચહેરો પ્રમાણમાં લાંબો હોય છે. આંખો મોટી અને કાન ટૂંકા અને કિનારીએ વાળ વાળા હોય છે.

શિંગડાં જુદા જુદા પ્રકારનાં જોવામાં આવે છે છતાં ટૂંકા અને જાડા શિંગડાં સામાન્યપણે જોવામાં આવે છે.

આ ઓલાદનાં ઢોરની ગરદન ટૂંકી અને જાડી છે.

પગ શરીરને સપ્રમાણ,મધ્યમ લંબાઈના,સીધા અને મજબુત છે. પીઠ દેખાવે ટૂંકી લાગે છે. અને પેટ મોટું લાગે છે,પાછલા પગ ટૂંકા,જાડા અને ઘણા મજબુત હોય છે.

ખરીઓ અતિ કઠણ હોય છે. ગોદડી અને ખૂંધ અને નર જાનવરોમાં મુતરણાં પણ મધ્યમ કદનાં હોય છે. ચામડી જાડી છે. અને ચામડીમાંથી ઝરતા તૈલી પદાર્થના કારણે તે લીસી અને ચળકતી લાગે છે. આ કારણે ભારે વરસાદના પાણીની શરીર પર અસર ઓછી થાય છે.

ગાય,બળદ અને સંવર્ધન માટેના સાંઢનું શરીર,લંબાઈ અનુક્રમે ૧૨૨.૨૮±0.3૯, ૧૨૯.0૬±.૬૪ અને ૧3૨.0 ±૧.0૨ સે.મી. તથા ઉંચાઈ અનુક્રમે ૧૧3.00 ± 0.૨૯,૧૧૭.૪૫ ± 0.૪3 અને ૧૨3.0૯±0.૭૮ નોંધાયેલ છે.

આર્થિક લક્ષણો

પ્રથમ વિયાણની ઉંમર ૫0-૫૫ માસ

વેતરનું સરેરાશ દૂધ ઉત્પાદન 3૫0-૪૫0 કિલોગ્રામ ,

દૂઝણા દિવસો ૨૪0-૨૫0 દિવસ અને

બે વિયાણ વચ્ચેનું અંતર ૧૭-૧૯ માસ.

કોઈક કોઈક ગાયો લગભગ ૨૫૮ દુધાળ દિવસોમાં વાછરડાં ધવરાવતાં આશરે ૫૫0 થી ૭00 કિ.ગ્રા. દૂધ આપે છે.

આ ઓલાદના ઢોરનુ ઉછેર કાર્ય મહારાષ્ટ્ર રાજયના નાસિકજિલ્લાના ઈગતપુરી મુકામે થાય છે.

સામાજિક પ્રચ્છાદભૂમિઃ

આ વિસ્તાર આ પશુઓ ખાસ કરીને ખેતી કામ માટે,દૂધ ઉત્પાદન માટે, સંવર્ધન માટે અને બીજા ધાર્મિક કાર્યો માટે ઉપયોગમાં લેવાય છે.

સામાન્ય રીતે મોટાભાગના ખેડૂતો રાત્રી દરમિયાન પશુઓને તેમના ઘર નજીકના વાડામાં રાખે છે.

પશુઓ માટેના ઘાસચારાનું ઉત્પાદન નહીવત છે. અને બાજરી,ઘઉં,મકાઈ વગેરે ઘાસચારો કાપ્યા વગર નાખવામાં આવે છે.

આ ઓલાદનાં ઢોર ભારે વરસાદવાળા ડુંગરાળ પ્રદેશમાં ડાંગરની ખેતી માટે અને ખડકાળ રસ્તાઓ પર ભારવહન માટે અનુકુળ છે. જંગલના લાકડાની હેરફેર માટે બળદો બહું જ ઉપયોગી છે.આ ઢોરન ફકત ચરાવીને જ મોટેભાગે નભાવવામાં અવે છે.

આ વિસ્તારના ઘાસચારામાં મુખ્યત્વે વાંસ,બાવળ,કલંબ,બીબલા વગેરે વૃક્ષો તથા ધમન,નીમ્બારા અને રવારીંગ કે અન્ય છોડ ગણી શકાય. જયારે ઘાસચારામાં અંજન,કુંદા,માર્વેલ,મોરન અને ડોગરી ઘાસ મુખ્ય છે. ખેતરમાં મકાઈ,રજકો વગેરે પણ પશુઓ માટે ઉગાડવામાં આવે છે. લોકો કુદરતી સંવર્ધન પધ્ધતિને અનુસરે છે.

બીલકુલ નહીવત પ્રમાણમાં કૃત્રિમ બીજદાન થાય છે.

પશુઓને મોટેભાગે ચરિયાણ ઉપર જ નભાવવામાં આવે છે. અને ઘાસચારો સમુહમાં–ટોળામાં આપવામાં આવે છે. બહુ ઓછા ખેડૂતો વ્યકિત–અલગ રીતે ગાયને ઘાસચારો આપે છે.

ગાય ગુગલ ફોટો

ગાયના છાણના છે ફાયદા ઘણાં, જુઓ અને જાણો

પંચગવ્યમા એક મહત્વનું તત્વ એટલે 'ગોબર' જેને આપણે છાણ કહીયે છીએ. ગોબર વાતાવરણને શુધ્ધ રાખે છે.વિજ્ઞાનિકોએ સાબિત કર્યું છે કે છાણ અણુકિરણો સામે રક્ષણ આપવાની ક્ષમતા-શક્તિ છે.

દેશી ગાયનું છાણ ખાતર માટે શ્રેષ્ટ ગણવામાં આવે છે. છાણમાંથી આપણે ગેસ ઉત્પન્ન કરી મોંઘા ભાવના LPG સામે ખુબ જ સસ્તું અને અન્ય આવક પ્રદાન કરનાર સાબિત થઇ શકે છે.

યજ્ઞોમાં પણ દેશી ગાયના ગોબરમાથી બનાવેલ છાણા વાપરવામા આવે છે.

ગાયના છાણામા ગાયનુ ઘી, જવ, તલ, સાકર, ચોખા વગેરે નાખીને હવનમાં પ્રગટાવવામાં આવે છે, ત્યારે તેમાથી પ્રોપોલીન ઓક્સાઈડ નામનો વાયુ ઉત્પન્ન થાય છે. આ વાયુ પર્યાવરણને શુધ્ધ બનાવે છે.

ગામડાંમાં ઘણાં લોકો છાણથી આંગળ લીપતાં જેનાથી ઘર શુધ્ધ અને કીટક મુક્ત રહેતું,

ગાયના ગોબરના છાણા રસોઈના બળતર તરીકે પણ ખાસો ઉપયોગ થાય છે. તેનાથી બનાવેલ રસોઇ સ્વાદિષ્ટ બને છે.

દેશી ગાયના છાણાં સળગાવ્યા બાદ બનેલ રાખનો છોડ પર છંટકાવ કરવામાં આવે તો કેટલાક રોગ-જીવાત પર નિયંત્રણ મેળવી શકાય છે.

ગાયના છાણાં માંથી કેટલીક આયુર્વેદિક દવાઓ પણ બનાવવામાં આવે છે. સરકાર શ્રી પણ દેશી ગાયના પાલન માટે સહાય આપી રહી છે.

ગાય ગુગલ ફોટો

ગાય માતાની ચાર ઓળખ : (૧) કામધેનુ (૨) કપિલા (૩) સુરભિ (૪) કવલી.

(૧) કામધેનુ : કામ એટલે ઇચ્છા અને ધેનુ એટલે ગાય જે તમામ ઇચ્છા પુર્ણ કરનારી હોય તેવી ગાયને કામધેનુ ગાય કહેવામા આવે છે. કામધેનુ એટલે મનવાછિત ફળ આપનારી ઉત્તમગુણ સંપન ગાય. પુરાણ કથા પ્રમાણે ૧૪ રત્નો નિકળ્યા તેમાનુ એક રત્ન એટલે કામધેનુ ગાય.

(૨) કપિલા : મુખ્ય બે પ્રકારની કપિલા ગાય છે. (૧) સુવર્ણ કપિલા (૨) શ્યામ કપિલા. જે ગાયનો રંગ સોના જેવો ચમકતો સોનેરી હોય તે ગાયને સુવર્ણ કપિલા કહેવામા આવે છે. ગીર ગાયમાં સુવર્ણ કપિલાનુ સોનેરી મોઢુ, સોનેરી આંખો, પીંગળુ પૂછડુ અને આરસ જેવા શીંગ અને ખરી હોય છે.

(૩) સુરભિ : સુર એટલે દેવ, જેમા દૈવી ગુણો છે તે સુરાભિ ગાય. સામાન્ય રીતે કવલી, કપિલા અને કામધેનુ સિવાયની સારી ગાયો સુરભિ ગણાય છે.

(૪) કવલી : જે ગાય વાછરુંને જન્મ આપ્યા વગર જ સીધુ દૂધ આપવાનુ શરુ કરી દે છે તેવી ગાયને કવલી ગાય કહે છે. હજારો ગાયોમાં આવો એકાદ કિસ્સો જન્મે છે. કવલી ગાય વર્ષો સુધી એમજ દૂધ આપ્યા કરે છે. કવલી ગાય આજીવન ગરમીમાં આવતી નથી, ગાભણ થતી નથી કે બચ્ચાને જન્મ આપતી નથી..

ગાય ગુગલ ફોટો

આપણા દેશમાં ગાય અને ભેંસને દૂધ ઉત્પાદન માટે સદીઓથી ઉછેરવામાં આવે છે. દેશી ગાયને ઓળખવી ખૂબ જ સરળ છે. દેશી ગાયની જાતિઓમાં ખૂંધ હોય છે. જો ગાયમાં ખૂંધ હોય તો સમજી લેવું કે તે ગાય દેશી ગાયની જાતિમાંથી એક છે.

ગીર જાતિ: આ ગાયનું મૂળ ગુજરાતના ગીર નામના જંગલમાં છે. આ જંગલમાં મળી આવવાને કારણે આ જાતિનું નામ જંગલ પડ્યું. દેશી ગાયની જાતોમાં આ જાતને સૌથી વધુ દૂધ આપતી ગાય માનવામાં આવે છે.

આ જાતની ગાય દરરોજ 50 થી 80 લીટર દૂધ આપે છે. દૂધના ઊંચા ઉત્પાદનને કારણે આ જાતિની વિદેશમાં પણ માંગ છે. ઇઝરાયેલ

અને બ્રાઝિલમાં આ પ્રકારની ગાયને સૌથી વધુ ઉછેરવામાં આવે છે.

સાહિવાલ જાતિ: આ દેશી ગાયની શ્રેષ્ઠ જાતિ છે. આ પ્રકારની ગાય મુખ્યત્વે હરિયાણા, ઉત્તર પ્રદેશ અને મધ્ય પ્રદેશમાં જોવા મળે છે. આ ગાય દર વર્ષે 2,000 થી 3,000 લીટર દૂધ આપે છે. એકવાર માતા બને છે, આ ગાય લગભગ 10 મહિના સુધી દૂધ આપે છે.

લાલ સિંધી જાતિ: આ પ્રકારની ગાયનો રંગ લાલ હોય છે. આ જાતની એક ગાય દર વર્ષે 2,000 થી 3,000 લિટર દૂધ આપે છે. આ જાતિની ગાય અગાઉ માત્ર સિંધ વિસ્તારમાં જ જોવા મળતી હતી. હવે તે પંજાબ, હરિયાણા, કર્ણાટક, તમિલનાડુ, કેરળ અને ઓડિશામાં પણ જોવા મળે છે.

હરિયાણવી જાતિ: સફેદ રંગની આ ગાય મુખ્યત્વે હરિયાણા, ઉત્તર પ્રદેશ અને રાજસ્થાનમાં જોવા મળે છે. ગાયનું દૂધ સારું હોય છે, તેની સાથે આ જાતિના બળદ ખેતીમાં સારું કામ કરે છે.

રાઠી ઓલાદ: વધુ દૂધ ઉત્પાદનને કારણે આ જાતિની ગાયો ઉછેરવામાં આવે છે. એક ગાય દરરોજ 6-8 લિટર દૂધ આપે છે. આ જાતિની ગાય રાજસ્થાનના કેટલાક વિસ્તારોમાં જેમ કે ગંગા નગર, બિકાનેર અને જેસલમેરમાં જોવા મળે છે.

હાલમાં ભારતની પશુઓ પર સંશોધન કરતી સંસ્થા N B A G R (National Bureau of Animal Genetic Resources) (કરનાલ, હરીયાણા) એ તમામ ગાયોના દૂધનો અભ્યાસ કર્યો, જે અભ્યાસના તારણના મુદ્દા નીચે મુજબ છે.

ભારતીય વંશની ગાયના દૂધમાં એક મહત્વનું ઘટક ઓમેગા-3 ફેટી એસીડ વધુ પ્રમાણમાં જોવા મળે છે. જે આપણા શરીર માટે ખૂબ જ ગુણકારી છે. તથા સેરીબ્રોસાઇડ નામનું તત્વ છે જે મગજ અને બુદ્ધિના વિકાસ માટે સહાયક બને છે. તે "બ્રેઇન ટોનીક" છે.

ભારતીય વંશની ગાયના દૂધમાંથી એક વધુ મહત્વનું તત્વ ખુબ જ પ્રમાણમાં મળે છે જે CLA (કોંન્ઝુગેટેડ લીનોલીક એસીડ) ના નામથી ઓળખવામાં આવે છે.

દૂધમાંથી કુદરતી મળતું CLA શરીર માટે લાભકારી છે. જે કેન્સર અને ડાયાબિટીસ વિરોધી સિદ્ધ થયેલ છે. કુદરતી ઘાસચારો ચરવાવાળી ગાયના દૂધમાં CLA તત્વનું પ્રમાણ વિશેષ માત્રામાં

મળે છે.

ભારતીય વંશની ગાયની ખૂંધમાં સૂર્યકેતુ નાડી હોય છે. તેના દ્વારા સૂર્યના કિરણો ઝીલીને શરીરમાં ઉતારે છે તેમાંથી સૂર્વણતત્ત્વ પેદા થાય છે તેથી ગાયનું દૂધ પીળાશ પડતા સૂવર્ણ રંગનું હોય છે.

તેમાં સૂવર્ણ ભસ્મના ગુણો હોય છે. ફક્ત ભારતીય વંશની ગાયના દૂધમાં જ "સ્ટ્રોન્શીયમ" નામનું તત્ત્વ છે. જે અણુવિકિરણો સામે પ્રતિકારક શક્તિ ધરાવે છે.

ગાયના નર વાછરડાને બળદ કહે છે. તેનો ખેતી કામમાં ઉપયોગ થાય છે. જો કે હાલમાં આધુનિક ટેકનોલોજી કારણે ટેકટરથી ખેતી થવા લાગી છે જેથી બળદનું મહત્વ ઘટ્યું છે.

વર્ષો સુધી આપણા પૂર્વજોએ બળદથી જ ખેતી કરી છે. બળદની પણ ગાયની જેમ પૂજા કરવામાં આવતી હતી.

વર્ષો સુધી માનવસમાજની નિશ્વાર્થી ભાવે સેવા કરનાર ગૌવંશ એવા બળદની આજે માનવીને જરૂરિયાત ન રહેવાથી માનવીએ તેને રસ્તા રઝળતા છોડી મૂક્યા છે. માનવી કેટલો સ્વાર્થી બની ગયો છે.

હિન્દુ ધર્મમાં ગાય આસ્થાનું પ્રતિક છે. હિન્દૂ ધર્મની માન્યતા મુજબ ગાય માં ૩૩ કરોડ દેવતાઓ વાસ કરે છે. ભારતમાં ગાયને દેવીની જેમ પૂજવામાં આવે છે હિન્દુ સમાજે ગાયને મા નો દરજ્જો આપ્યો છે અને સૌ કોઈ તેને ગૌમાતા કહીને બોલાવે છે.

દિવાળીના બીજા દિવસે ગોવર્ધન પૂજાના અવસર પર ગાયની વિશેષ રૂપે પૂજા-અર્ચના કરવામાં આવે છે તેને મોરપીંછ વગેરેથી શણગાર કરવામાં આવે છે.

હોળીના તહેવાર પર પણ ગાયનાં શિંગડાંને કલર કરવામાં આવે છે તથા તેની પૂજા કરવામાં આવે છે. એમ માનવામાં આવે છે કે ગાયના શીંગડામાં બ્રહ્મા, વિષ્ણુ અને મહેશનો વાસ હોય છે.

ભગવાન શ્રીકૃષ્ણનો ગાય પ્રત્યેનો પ્રેમ આપણે સૌ જાણીએ જ છીએ. તેઓ ગાયો ચરાવતા હતા એટલે તો તેમનું નામ ગોપાલ રાખવામાં આવ્યું હતું.

ભારતમાં ગાયનું પાલન સિંધુ ખીણની સંસ્કૃતિના સમયથી થતું આવ્યું છે. પ્રાચીન કાળમાં ગાય આસ્થાની સમૃધ્ધિનું પણ પ્રતિક ગણવામાં આવતી હતી. યુદ્ધ સમયે સોનું આભૂષણો ની સાથે ગાયોને

પણ લુટારો લૂંટી જતા હતા.

જે રાજ્યની જેટલી વધારે ગાયો હોય તેને વધારે સમૃદ્ધ માનવામાં આવતું હતું. આમ ગાય અર્થવ્યવસ્થા નો ભાગ હતી.

હિંદુ ધર્મમાં ગૌ દાનને સૌથી મોટું દાન માનવામાં આવે છે. ગાય પોતાના જીવનકાળમાં માનવીને અનેક રીતે ખૂબ જ ઉપયોગી બને છે. ગાયના મૃત્યુ પછી તેનું ચામડું અને હાડકાં પણ ઉપયોગી બને છે.

દુર્ભાગ્યવશ શહેરોમાં જેવી રીતે પ્લાસ્ટિકનો ઉપયોગ કરવામાં આવી રહ્યો છે. પ્લાસ્ટિકને રસ્તા પર આમ તેમ ફેંકી દેવામાં આવે છે તેને ખાવાથી કેટલીય ગાયો અકારણ મોતને ભેટે છે.

આપણે હંમેશા ગાયનું સમ્માન કરવું જોઈએ. ગાયને મારવુ ન જોઈએ અને સમય પર ભોજન અને પાણી આપવું જોઈએ.

ગાય એક ખૂબ ઉપયોગી પાલતુ પ્રાણી છે.

તેને બે શીંગડા, બે કાન, ચાર પગ અને એક લાંબુ પુંછડુ હોય છે.

ગાય કાળી, ધોળી, રાતી અને તપખીરિયા રંગની હોય છે

ગાય લીલો અને સુકો ચારો ખાય છે.

ગાય ખૂબ પોષ્ટીક દુધ આપે છે.

ગાયનું દુધ સ્વાસ્થ્ય માટે ખૂબ જ ગુણકારી ગણાય છે.

ગાય હિન્દુ ધર્મનું પવિત્ર પ્રાણી છે. તેથી તો આપણે સૌ તેને માતા કહીએ છીએ.

ગાયના છાણ અને મળમુત્ર માંથી ખાતર બને છે.

ગાયના દુધ માંથી માખણ, દહી, ઘી અને પનીર બને છે.

ગાય ભારતભરમાં સૌથી પાળવામાં આવતુ પ્રાણી છે.

હિન્દુ ધર્મમાં ગાય આસ્થાનું પ્રતિક છે. હિન્દૂ ધર્મની માન્યતા મુજબ ગાય માં 33 કરોડ દેવતાઓ વાસ કરે છે. ભારતમાં ગાયને દેવીની જેમ પૂજવામાં આવે છે હિન્દુ સમાજે ગાયને મા નો દરજ્જો આપ્યો છે અને સૌ કોઈ તેને ગૌમાતા કહીને બોલાવે છે.

સંદર્ભ : ગુગલ ફોટો , ગુજ વિકીપીડીયા , બ્લોગ . વેબ સાઈટ , અખબારી અહેવાલ , વિકિપીડિયા

9 798890 024879

Printed by Libri Plureos GmbH in Hamburg, Germany